W9-BNJ-382

baby bullfrogs

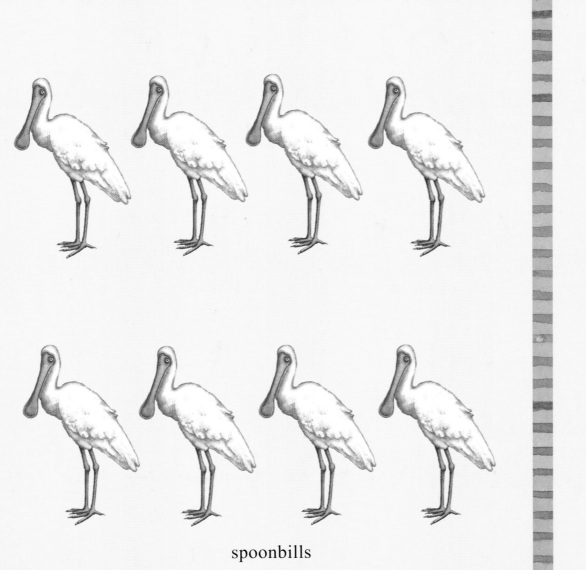

spoonbills

starlings

For John and Milo

The children featured in this book are from the Luo tribe of south-west Kenya.

The wild creatures are the Citrus Swallowtail (butterfly), Striped Grass Mouse,
Yellow-headed Dwarf Gecko, Beautiful Sunbird, Armoured Ground Cricket,
(young) African Bullfrog, African Spoonbill and Superb Starling.

The author would like to thank everyone who helped her research this book,
in particular Joseph Ngetich from the Agricultural Office of the Kenya High Commission.

Text and illustrations copyright © 2002 Eileen Browne
Dual Language copyright © 2003 Mantra Lingua
This edition published 2003
Published by arrangement with Walker Books Limited
London SE11 5HJ

All rights reserved. No part of this book may be reproduced, transmitted,
broadcast or stored in an information retrieval system in any form or by
any means, graphic, electronic or mechanical, including photocopying,
taping and recording, without prior permission from the publisher.

British Library Cataloguing in Publication Data:
a catalogue record for this book is available from the British Library.

Published by
Mantra Lingua
5 Alexandra Grove, London N12 8NU
www.mantralingua.com

Con Gà Mái của Handa

Handa's Hen

Eileen Browne

Vietnamese translation by Ben Lovett & Nguyen Thu Hien

mantra

Bà của Handa có một con gà mái mầu đen.
Tên nó là Mondi - và mỗi buổi sáng
Handa cho gà Mondi ăn.

Handa's grandma had one black hen.
Her name was Mondi - and every morning
Handa gave Mondi her breakfast.

Một ngày, Mondi không đến ăn. "Bà ơi!" Handa gọi.
"Bà có nhìn thấy con Mondi ở đâu không?"
"Không," Bà trả lời. "Nhưng bà nhìn thấy bạn của cháu."
"Akeyo!" Handa nói. "Giúp tớ tìm con Mondi."

One day, Mondi didn't come for her food. "Grandma!" called Handa. "Can you see Mondi?"
"No," said Grandma. "But I can see your friend."
"Akeyo!" said Handa. "Help me find Mondi."

Handa và Akeyo tìm xung quanh chuồng gà mái.
"Nhìn kia! Hai con bướm bay rập rờn," Akeyo nói.
"Nhưng con Mondi ở đâu?" Handa hỏi.

Handa and Akeyo hunted round the hen house.
"Look! Two fluttery butterflies," said Akeyo.
"But where's Mondi?" said Handa.

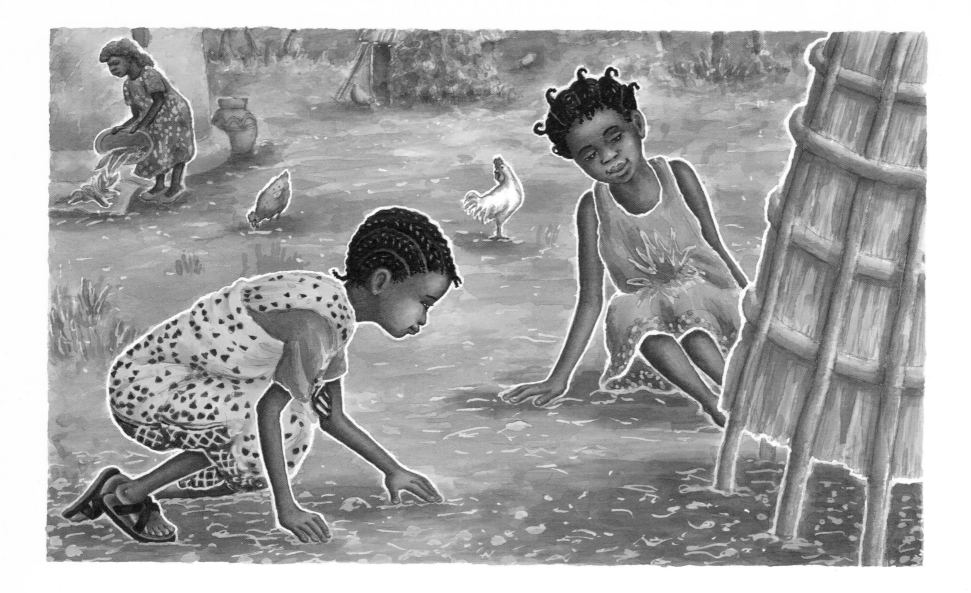

Chúng ngó xuống bồ thóc.
"Shh! Ba con chuột sọc vằn," Akeyo nói.
"Nhưng con Mondi ở đâu?" Handa hỏi.

They peered under a grain store.
"Shh! Three stripy mice," said Akeyo.
"But where's Mondi?" said Handa.

Chúng ngó sau mấy bình gốm.
"Tớ có thể nhìn thấy mấy con thằn lằn," Akeyo nói.
"Nhưng con Mondi ở đâu?" Handa hỏi.

They peeped behind some clay pots.
"I can see four little lizards," said Akeyo.
"But where's Mondi?" said Handa.

Chúng tìm xung quanh mấy cây đang nở hoa.
"Năm con chim hút mật đẹp tuyệt vời," Akeyo nói.
"Nhưng con Mondi ở đâu?" Handa hỏi.

They searched round some flowering trees.
"Five beautiful sunbirds," said Akeyo.
"But where's Mondi?" said Handa.

Chúng nhìn vào làn sóng cỏ dài.
"Sáu con rế nhảy nhót!" Akeyo nói: "Hãy bắt lấy chúng."
"Tớ muốn tìm con Mondi," Handa nói.

They looked in the long, waving grass.
"Six jumpy crickets!" said Akeyo. "Let's catch them."
"I want to find Mondi," said Handa.

Chúng đi xuống tận hố nước.
"Những con nhái con," Akeyo nói. "Có bảy con!"

They went all the way down to the water hole.
"Baby bullfrogs," said Akeyo. "There are seven!"

"Nhưng Mondi ... ồ nhìn kìa! Dấu chân!" Handa nói.
Chúng đi theo dấu chân và tìm thấy ...

"But where's ... oh look! Footprints!" said Handa.
They followed the footprints and found ...

"Chỉ có những con cò thìa," Handa nói. "Bảy ... không, tám.
Nhưng Mondi ở đâu, ồ ở đâu?"

"Only spoonbills," said Handa. "Seven ... no, eight.
But where, oh where is Mondi?"

"Tớ hy vọng nó không bị con cò thìa ăn -
hoặc bị con sư tử ăn thịt," Akeyo nói.

"I hope she hasn't been swallowed by a spoonbill -
or eaten by a lion," said Akeyo.

Buồn bã, chúng quay trở lại nhà của bà.
"Chín con chim sáo bóng bẩy - ở đằng kia!" Akeyo nói.

Feeling sad, they went back towards Grandma's.
"Nine shiny starlings - over there!" said Akeyo.

"Lắng nghe," Handa nói.   *chíp* *chíp*   "Cái gì đấy?"

chíp *chíp*   *chíp* *chíp*   *chíp* *chíp*   *chíp* *chíp*

"Từ dưới bụi cây kia. Hay là chúng mình đi xem đi?"

"Listen," said Handa.   *cheep* *cheep*   "What's that?"

cheep   *cheep*   *cheep*   *cheep*
cheep   *cheep*   *cheep*   *cheep*

"It's coming from under that bush. Shall we peep?"

Handa, Akeyo, Mondi và mười con gà con

Handa, Akeyo, Mondi and ten chicks

vội vã và chạy nhanh và nhảy chân sáo về nhà bà ...

hurried and scurried and skipped back to Grandma's ...

mà ở đấy tất cả chúng đều ăn sáng rất muộn.

where they all had a very late breakfast.

hen

mice

lizards

butterflies

sunbirds

crickets